Những mùa xanh

NHỮNG MÙA XANH
Thơ nhiều tác giả

Tổ chức và thực hiện:
Nguyễn Hải Thảo & Nguyễn Thành
Tranh bìa 1: Họa sĩ **Tín Đức**
Tranh phụ bản: Họa sĩ **Tín Đức**, họa sĩ **Đặng Can**.
Trình bày bìa và ruột: **Nguyễn Thành**
Viết lời giới thiệu: **Diệu Vương**
Nhân Ảnh xuất bản 2020
ISBN: 978-1989705926
Copyright © 2020 by Nguyễn Hải Thảo

NHIỀU TÁC GIẢ

NHỮNG MÙA XANH

Tuyển tập thơ

NHÂN ẢNH
2020

LỜI GIỚI THIỆU
Nốt nhạc trầm hoài cảm trong tuyển tập thơ "Những mùa xanh"

Diệu Vương

"NHỮNG MÙA XANH" là tuyển tập in chung của 12 tác giả: Bùi Dũng - Huỳnh Châu Đỗ - Nguyễn Quốc Hưng - Trăng Khuyết - Huỳnh Duy Lộc - Nguyễn Hải Thảo - BT Áo Tím - Nguyễn Sông Trẹm - Nguyễn Thành - Vương Hoài Uyên - Dung Thị Vân và Trần Võ Thành Văn.

Tập thơ "NHỮNG MÙA XANH" mang những gam màu trầm truyền tải những ký ức buồn vui nuối tiếc nhớ thương, những triết luận về sự cái được mất vô hạn hữu hạn của cuộc đời, những chiêm nghiệm giữa tồn tại và mất đi mà mỗi người trong đời ai cũng từng đôi lần trải qua, những góc nhìn là những lát cắt thực tế đến trần trụi về các mảng màu tối sáng trong cuộc sống...

Tuyển tập gồm 60 bài thơ được 12 tác giả chắt lọc, trau chuốt đẹp trong từng ngôn ngữ, với những dòng tâm tình tự sự như từng câu chuyện kể có khi êm mượt tơ vương, có khi cồn cào khắc khoải, có khi cháy bỏng yêu thương, có khi đa đoan tình trần vay mượn... Chắc chắn độc giả sẽ tìm thấy cảm xúc tâm hồn của chính mình trong ấy.

Khởi đầu tập thơ là phong thái nhẹ nhàng, lãng đãng với mùa xuân sẻ nâu nắng vàng và dịu ngọt hương đời của Bùi Dũng:

"... Em hong lên bờ quạnh
Để ủ hơi xuân nồng nàn
Sẻ nâu nắng vàng rất nhẹ
Đã đến bên hiên reo vang..."
(Hương Xuân - Bùi Dũng)

Để thấy giữa nhân gian muôn trùng này dù có lắm xô bồ, dù có lắm gai chông, thì tình yêu vẫn là một thực thể chân ái ngân nga tâm tưởng con người tìm đến bến bờ an nhiên từ những điều bình dị:

"... Chiều xuân em ngồi tâm tưởng
Mai vàng nhắc nhở mùa sang
Anh cõng em qua phố vắng
Hương xuân lãng đãng dịu dàng..."
(Hương Xuân - Bùi Dũng)

Cũng cùng một mùa xuân sắc vàng của nắng, nhưng ở Huỳnh Châu Đỗ lại cắt lát ra một tháng giêng của day dứt và ảo vọng:

"... Tháng giêng dắt mộng lưng chiều
Câu thơ vỡ loang mắt nhớ
Người đi vàng phai mấy độ
Em về cách những biển dâu..."
(Tháng Giêng Qua Ngõ Tình Xưa - Huỳnh Châu Đỗ)

Và BT Áo Tím thì khắc khoải mê buồn trong những câu thơ:

"... Câu thơ buồn...
Như chiếc lá rơi

Oằn mình
Buông tay
Trong chiều thu muộn
Cơn gió nào cuồn cuộn
Thổi qua hồn tôi
Nỗi sầu miên man..."
(Khoảng Lặng - BT Áo Tím)

Đến một độ tuổi nào đó khi đã trải qua những chông gai, hụt hẫng, chao đảo, ngả nghiêng giữa dòng đời nghiệt ngã, ta lại bắt gặp chính ta đã quên bỏ hay thất lạc đâu đó những nấn níu ân cần, để phải bật lên lời xót xa dâu bể:

"... Lòng ta buồn như khói
Nhàn nhạt bay trong chiều
Nhà ai hồng bếp mới
Ta ngày dài liêu xiêu

Lòng ta buồn như dế
Đêm vắng kêu mịt mùng
Bóng thời gian đã xế
Một đời ta như không!..."
(Đời Ta Đầy Những Nỗi Niềm - Nguyễn Quốc Hưng)

"... Soi vào hiện thực
trơ trọi tôi
một tách cafe
một góc ngồi định vị
những sớm mai
buồn - vui bất chợt
phù phiếm ước mơ
bay qua những ngọn cây
vượt trùng trùng sông núi

huyễn hoặc
trái tim khập khểnh
à ơi
ru mình..."
(Soi - Nguyễn Hải Thảo)

... Ta ngược chiều nhân quả
Đi tìm gốc bình yên
Thấy ngàn nỗi ưu phiền
Phủ rêu từng phiến đá
(Ngược Chiều Nhân Quả - Nguyễn Thành)

Ký ức luôn là một thứ gì đó rất thẳm sâu cất giấu những điều xưa cũ, nhưng bao giờ nó cũng sóng sánh và tràn đầy dư vị hối tiếc đến buồn tênh, những xộc xệch nỗi chìm nhớ thương đến ngậm ngùi:

"... Tháng mười hanh hao gió
Vết cứa hằn nếp đau
Vầng trăng xưa cũng lạ
Ta bây giờ mất nhau

Mùa đông nào... ký ức
Người bỏ người ra đi
Nỗi buồn xưa thổn thức
Mịt mùng bóng thiên di..."
(Heo May Về Ngang Phố - BT. Áo Tím)

Ký ức cũng luôn là thứ quá date, xỉn màu và trần trụi ám bụi theo cùng thời gian. Thế mà nó cứ giống như một ly rượu hăng nồng lâu năm, đậm đặc mùi quen hương nhớ, đủ làm say đau tâm hồn ai đó mỗi khi bất chợt quay về nhìn lại ngày xưa:

"... Ngày tháng lỡ rồi khoanh dấu mực
Tìm nhau chưa vẹn đã chia ly

Nước mắt em tan trong ký ức
Vai nào chưa ngả đã vô vi..."
(Anh Trong Suối Mê - Dung Thị Vân)

Đời người chỉ có sáu mươi năm, ai đang sống và tồn tại trên thế gian nầy chưa từng mang tâm sự của những lần buồn nhiều hơn vui, những lần hụt hẫng chơi vơi, những lần cuồng vọng nổi nênh, những lần chấp chới hồ nghi... Và sau tất cả chỉ còn lại đôi bàn tay gói tròn những được mất, cùng nỗi đau chưa kịp tạnh ráo tâm hồn lại ẩm ướt ngậm ngùi xót xa:

"... Em về
đứng đợi chim kêu
Vườn chao bóng lá
nghe chiều hoang vu.

Trong em
một cõi mây mù
Mai
em nằm xuống
đời ru giấc sầu.

Mịt mờ
cõi chết trên cao
Về trong cát bụi
mòn hao kiếp người.
(Như Nỗi Ngậm Ngùi - Vương Hoài Uyên)

Và đây nữa:

"... khi nồng nhiệt trái tim dần tan vỡ
khoét sâu nhịp nhịp đời buồn
khoét sâu cuồng mê dư chấn
là trong ta kì vọng bắt đầu...."
(Định Hình - Trần Võ Thành Văn)

*"... Va chạm đêm
chập chờn mộng dữ
Va chạm ngày
mỏi cuộc mưu sinh
Va chạm tôi
buồn treo phủ dụ
Va chạm đời
mòn nhẵn lòng tin...
(Va - Nguyễn Hải Thảo)*

Từ bao giờ chẳng rõ, câu chuyện về tình yêu luôn là mỹ từ đẹp nhưng buồn đến vô cùng tận, mà bất cứ tác giả nào cũng từng có nhiều lần trong đời, gửi cảm xúc của mình đặt vào thi ca:

*"... Người đem tình cũ vo tròn
Ta ngồi gỡ mãi mỏi mòn tháng năm
Sầu theo vấp mãi thăng trầm
Gặm mòn nỗi nhớ ngấm ngầm đi hoang..."
(Đi Tìm Ký Ức - Nguyễn Thành)*

*"... Em khóc mấy bài thơ như vậy chắc đủ rồi
Nhặt từng kỷ niệm - thả dòng vôi
Nhặt câu đau khổ - đan hờ hững
Nhặt bóng anh về - soi mỗi đêm..."
(Không Thể Đặt Tên - Dung Thị Vân)*

Thế đấy! Câu chuyện về tình yêu luôn dung chứa những ngổn ngang tâm sự, những đồng vọng thâm trầm, những dằn vặt chơi vơi, những sầu mộng muôn trùng... Khi một người mãi riêng dành thương nhớ... Còn một người mãi nơi cuối trời lãng quên:

*"... Trôi ngang qua miền ký ức
Chiều nghiêng mái phố già nua*

Trang thơ tím thơm màu mực
Đã vùi theo bao nắng mưa!...
... Đi ngang qua mùa hạ cũ
Thấy người đứng bên bờ vui
Nào hay xa thời yêu dấu
Tôi còn chiếc bóng lẻ loi!..."
(Dấu Chân Mùa Hạ - Nguyễn Sông Trẹm)

"... Tình bỏ ngỏ
Mấy vàng thu sũng ướt
Tình đi hoang
Mấy nẻo chợt hanh hao.

Mùa thu nào?
Lao xao
Mùa thu nào?
Trên cung bậc tình yêu rời rã
Để người quên
Em quên
Quên mùa thu tóc trắng
Quên thệ nguyền
Ta lỗi hẹn trăm năm..."
(Em Đã Quên Mùa Thu - Trăng Khuyết)

Và ai cũng có một thời tuổi trẻ đi ngang qua trong đời, mà trái tim dung chứa những nhịp đập háo hức vươn mình bay trên trời cao rộng, gửi những ước mơ xanh treo trên cành mộng và có cả ảo vọng dại cuồng gói ghém cả thanh xuân.... Nhưng tiếc thay! Sau bao tháng năm đi qua những mùa thất điên bát đảo, bão giật mưa giông, đã đủ dư thừa đau khổ, mới hay biết thân thế và cả tâm hồn mình nhuốm đầy smệt mỏi sân si ta bà:

"... Phù du ơi! Mãi bâng khuâng
Mắt môi nhoà nhạt để phần xót đau

Thương ta nhuốm phải cơ cầu
Tình chung đôi ngã để sầu ngàn năm…"
(Con Đường Xưa - Bùi Dũng)

"… Tôi bây giờ buồn như là con sâu
Rúc vào kẽ lá, co mình thật lâu
Tôi chẳng biết giờ nên làm gì nữa
Mai cành mục rồi tôi đi về đâu?!
(Từ Giã - Nguyễn Quốc Hưng)

"Thôi thì...
Nhặt chút đơn côi
Gửi cơn gió lạc... Gửi phôi phai chiều
Mơ hồ tống biệt tình yêu
Em buông tiếng khóc tịch liêu... lỡ làng…"
(Em Về Dắt Mộng Rong Chơi - Trăng Khuyết)

"… Có phải cuộc đời này chỉ là một trò chơi?
Mỗi người rượt đuổi nhau trên một vòng quay nghiệt ngã
Trái tim yếu mềm đâu phải là sỏi đá
Nhưng có lúc nỗi đau biến thành băng giá ngàn năm!..."
(Ta Là Ai - Vương Hoài Uyên)

Tác giả Huỳnh Duy Lộc - Nguyễn Sông Trẹm - Trần Võ Thành Văn - Huỳnh Châu Đỗ khi viết về Cha - Mẹ lại mang nhịp điệu ballad chứa chan cảm xúc, nhớ thương cháy lòng, gửi gắm ẩn dụ trong từng ngôn ngữ được chắt lọc đầy tinh tế,theo từng phong thái bút lực riêng của mỗi người:

"… chim gõ kiến cuốc thân cây đào lỗ
tìm khu vườn nhuốm bụi thời gian
âm vọng xa ngỡ như nhịp thớt
tay mẹ bằm những miếng nạt dăm…"
(Tháng Chín Malta - Huỳnh Duy Lộc)

"... Tháng giêng ta về thăm chốn cũ
Hương khói quyện theo hình mẹ cha
Dòng sông vẫn đôi bờ tình tự
Chảy giữa hồn ta nỗi quê nhà..."
(Tháng Giêng Về Quê Cũ - Nguyễn Sông Trẹm)

"... Cha bấm cuốc chuyện trò với đất.
nhịp hồi sinh sấp ngửa đường cày.
phả tình yêu mắc võng con gió bấc.
trên bầu trời khói biếc bay bay.

... giọt giọt se sừng sững non khơi.
Mẹ thổi gió trước ngàn năm có lửa.
Mẹ dụi mắt cay, ngày rùng bậu cửa.
trên bầu trời khói biếc bay bay..."
(Khói - Trần Võ Thành Văn)

"... Má tôi cưỡi hạc ruổi dong
Phù kiều nguyệt khuyết nặng còng nhớ thương
Hoàng hôn lạc bóng tà dương
Đêm soi ngọn bấc đoạn trường bầm đau..."
(Vẫn Xin Làm Con Của Má - Huỳnh Châu Đỗ)

Tuyển tập thơ "Những mùa xanh" chuyên chở từng dòng cảm xúc chân thành của những tác giả đã qua phân nửa phần tuổi đời, nên bạn đọc dễ dàng bắt gặp sự chiêm nghiệm trải đời và rất trầm tĩnh ẩn dụ trong từng ngôn ngữ thi ca. "Những mùa xanh" không có tứ thơ mang tính nổi loạn, cố chấp như bất cần tất cả. Nhưng lại chứa đầy những từ đắc, từ đẹp thừa sức lay động đến kiệt cùng tâm can tưởng chừng nỗi niềm ấy là của chính ta " người trong cuộc "

"Những mùa xanh" sẽ dìu đưa ta trôi về hình hài xưa cũ, với những hoài niệm trái mùa khó lý giải bằng lời, va chạm vào sự cô đơn vàng phai hoài cổ hay những thú nhận thật thà chùng trĩu đáy tim.

Tôi tin tình yêu - nỗi nhớ - trăn trở và khát vọng hiện hữu trong " Những mùa xanh" như những thủ thỉ tâm tình, giải bày hộ tâm tình sâu thẳm của tôi, của bạn và của ai đó được nở hoa nhớ - tỏa hương thương trên cánh đồng chữ nghĩa thi ca…

Diệu Vương
Sài Gòn, tháng 3-2020

(Tranh họa sĩ Đặng Can)

BÙI DŨNG

Tên thật: **Bùi Văn Dũng**
Sinh năm: 1959
Hiện sống tại: 22 Huỳnh Tấn Phát, phường An Đông, TP. Huế
ĐT: 0904369427

Là thành viên của CLB Thơ Nhạc Việt.
Tham gia trang thơ: Những vần thơ xứ Huế, Hồn Thi sĩ, Nha Trang thơ.

Tuyển tập in chung:
- *Xuân và Em*
- *Những tháng năm rực rỡ*
- *Dấu tình không phai*

Hơi thu

Mưa về cho nắng đi mau
Chiều loang tím biếc úa nhàu không gian
Này em nâng chén chiều hoang
Mênh mông cảm xúc đón ngàn mây bay

Nồng say hạ vẫn quanh đây
Mai thu về dịu cho ngày chênh chao
Này em tình chợt ngọt ngào
Chiều mưa giăng lối xin chào hơi thu

Ngồi nghe tình vọng sa mù
Quan hà thuở ấy còn ru đến giờ
Có nghe lá hát vu vơ
Hơi thu em nhỉ! Bến bờ ngày xa…

Con đường xưa

Con đường xưa bóng tình nhân
Dấu chân ngày cũ có lần bước qua
Con đường tình, xa đã xa
Chiều nay về lại cho ta nghìn trùng

Phù du ơi! Mãi bâng khuâng
Mắt môi nhoà nhạt để phần xót đau
Thương ta nhuốm phải cơ cầu
Tình chung đôi ngã để sầu ngàn năm

Thu vàng lá đổ chiều loang
Héo hon về lại tựa ngàn vết châm
Gửi người năm cũ tình quân
Trăm năm còn chút dư hương thuở nào...

Hương xuân

Này em ngồi đây tình mộng
Hơi xuân biêng biếc bên trời
Sầu đông trổ mầm hò hẹn
Tuốt lá mai vàng đợi hoa

Này em heo may lành lạnh
Theo đông xuân đã về ngày
Khói sương theo nhau tìm vội
Bàn tay hơi ấm bàn tay

Này em chiều đông ngập lối
Lá vàng trải chiếu reo vui
Nguyệt cầm khúc ca bên cội
Nghê thường theo gió đón mời

Xin em hong lên bờ quạnh
Để ủ hơi xuân nồng nàn
Sẻ nâu nắng vàng rất nhẹ
Đã đến bên hiên reo vang

Chiều xuân em ngồi tâm tưởng
Mai vàng nhắc nhở mùa sang
Anh cõng em qua phố vắng
Hương xuân lãng đãng dịu dàng

Mùa đi

Hoàng mai
Ươm cội tình trần
Én về báo hỷ
Thêm phần sắc xuân
Hoa vàng
Mây trắng thanh tân
Lòng ai tình tự
Ân cần đón xuân

Em ngồi
Thanh bạch muôn trùng
Hương hoa ngày cũ
Chao lòng xót đau
Xuân về
Tóc trắng chợt nhàu
Buồn lên khoé mắt
Phai màu sắc hương

Thì thôi!
Mộng huyễn vô thường
Xuân xanh một thuở
Còn vương chút thì
Xuân về
Khóc tiễn mùa đi
Mai vàng ươm nụ
Còn ghì sắc xuân.

Mời em

Tàn đông dần ấm chuyển sang xuân
Hoa cỏ mừng vui chút ngại ngần
Đất trời sửa soạn khoe hương sắc
Cánh én bên trời đã bâng khuâng

Đông ủ mầm vui nay nụ bung
Mai vàng tươi tắn đẹp khôn cùng
Bích đào thay áo hồng sắc thắm
Cúc vàng ,cúc bạch rạng xuân sang

Mời em nhấp môi chung rượu ấm
Để bạt lạnh đầy đang quanh đây
Để toả xuân tình trên môi thắm
Để thấy xuân ngày rạng rỡ bay

Xuân về đất trời thay áo mới
Có em bừng sáng nét duyên ngoan
Chút xuân còn lại tôi khởi sắc
Cùng em huyền diệu phút xuân sang...

HUỲNH CHÂU ĐỖ

Địa chỉ: Thạnh Lộc, Quận 12, TP HCM
Email: chauquynh1707@gmail.com

Đã có 21 tiểu thuyết được xuất bản:
- *Nắng hạ mưa đông*
- *Đêm của những ngôi sao cô đơn*
- *Ước mơ xanh*
- ...
- Trên 200 bài thơ, tản văn, truyện ngắn in chung trong các tuyển tập.

Nhớ thương cũ kỹ

Anh ạ!
thơ không làm em nguôi nỗi đau
rượu không làm em vơi nỗi nhớ
tim em đây đã nâu buồn gỗ cũ
vẫn cố ru mình ngọt dịu những niềm riêng

Sài Gòn trở lạnh rồi phố cũ đã vào đông
tháng mười trong em lao xao mưa rụng
thương lá me non rơi đẫm vai áo
đã lắm nhớ nhung mà đời vẫn vô tâm không cho
ta nấn níu nhau về

khúc ầu ơ lý lơi lời dâu bể
tóc trinh buồn... Chênh chếch phía trăng nghiêng
yêu anh từ thuở hồn nhiên
thời gian thay nắng đổi mưa... Em lỡ thì con gái

yêu nhau từ độ mắt xanh màu chuối
anh lành như ngói đất... Em hiền như chim câu
thời đắm say tưởng rằng mình đi hết
chớp hàng mi... Tình biền biệt muôn trùng

đêm nay... Vài ngọn gió heo may
rớt lại từ vàng thu năm cũ
thổi ngang qua bờ rào ký ức
cho nỗi đau xưa thành bão nổi trong lòng

đông về rồi anh có nhớ em không
góc hiên mưa loài dơi nhỏ kêu buồn
có đôi mắt uyên ương từ thăm thẳm
rụng giọt sầu xuống duyên phận dở dang...

Tháng Giêng
qua ngõ tình xưa

Tháng Giêng về qua phố cũ
Hương xuân còn níu trăng xưa
Tóc trầm xanh xao thiếu ngủ
Mùa thương lạc nẻo tạ từ

Tháng giêng thả sợi tương tư
Trên vai trần em trú ngụ
Môi thương lả lơi phủ dụ
Say thêm mấy nỗi tình đau

Tháng giêng dắt mộng lưng chiều
Câu thơ vỡ loang mắt nhớ
Người đi vàng phai mấy độ
Em về cách những biển dâu

Tháng giêng qua triền dốc nhớ
Cỏ hoa niệm bóng hanh hao
Tình ta mưa Tần gió Sở
Ngàn năm hạnh ngộ chiêm bao...

Tâm cảm

Buồn quá... Trốn mình vào cuộc say
Rượu có gì hay ngoài men cay tê đầu lưỡi
Bình đã cạn rồi
Nỗi đau sao chưa đốt cháy
Mà dội ngược lại ta... Cơn ho húng hắng đêm dài

Buồn quá... Nghêu ngao lời cỏ dại
Chợt giật mình ngắc ngứ tuổi xuân phai
Thời gian vẫn vô cùng rỗi rãi
Đứng nơi đầu gió... Trêu ngươi
Sao ta cứ hữu tình câu muối mặn gừng cay

Buồn quá... Nhìn mình qua gương soi
Nghe ngày xưa... Lên tiếng gọi
Ngây thơ bật câu cười
Đi suốt một mùa con gái
Bỗng giật mình tỉnh lại... Bây giờ... ta chẳng là tôi

Buồn quá... Tìm đến thượng tầng bóng tối
Hỏi vì sao vòng đời khổ luỵ?
Lúc nặng như chì
Lúc nhẹ như mây
Bóng tối câm lặng rối bời... Lầm lũi bước đi.

Người đàn bà đi về phía biển

Chiều hôm ấy có người đàn bà
Đem ướp mộng buồn vào biển mặn
Xa xa nơi đầu ngọn sóng
Lênh loáng mặt trời dần khuất buổi hoàng hôn

Biển muôn đời vẫn mặn
Như nước mắt nàng đã nhiễm xạ nỗi đau
Trong khoảng trời xanh thăm thẳm
Chim Hải Âu đang mẫn cảm gọi bầy.

Những lạch nguồn gió khơi
Niệm sinh trên bờ bãi lạnh
Dã tràng cuống cuồng se cát
Tận hiến hết mình mà chườm chát vẫn khôn nguôi.

Chiều hôm ấy có người đàn bà
Nuôi trái tim thật thà đi về phía biển
Tô vẽ những nỗi niềm riêng
Lên vỏ ốc quạnh hiu nhuyễn thể mượn hồn
Có tiếng thở dài nơi lồng ngực nàng căng phồng
Bỏng rộp lên như chiếc mai cua màu cá vỡ
Trí óc nhỏ nhoi vẫn chưa thôi suy tàn nỗi nhớ
Biển lạnh...
Sóng đầy...
Trăng lục diệp treo nghiêng...

Vẫn xin làm con của Má

Má tôi theo gió về trời
Sầu đâu đắng đọt bên đời nắng hanh
Bóng ngày vương bụi triền xanh
Mùa xuân tím rụng trên cành thiên thu

Má ơi cuối rẽo sương mù
Hoa cau phơi trắng hiên chiều giăng mưa
Chập chùng sóng lạnh sông xưa
Nhạn về lỡ chuyến đò đưa chạch lòng

Má tôi cưỡi hạc ruổi dong
Phù kiều nguyệt khuyết nặng còng nhớ thương
Hoàng hôn lạc bóng tà dương
Đêm soi ngọn bấc đoạn trường bầm đau

Má ơi nếu có mai sau
Kiếp người lưu chuyển biển dâu luân hồi
Xin làm con của Má thôi
Ngọt bùi cay đắng bóng đời Má con...

NGUYỄN QUỐC HƯNG

Sinh năm 1954 tại Sài Gòn
Tốt nghiệp Sư phạm Sài Gòn khóa 11
Đã học khoa Văn chương tại Đại học Văn khoa Sài Gòn
Hiện cư trú tại TP. Biên Hòa, Đồng Nai
Email: nguyenquochung1227@gmail.com.

Có thơ đăng trên báo từ 1969 đến nay, thường cộng tác với
Văn nghệ Tiền phong, Công Luận, Chính Luận, Tuổi Hồng, Áo Trắng, Nữ Sinh…

Tác phẩm in chung:
. *Lăng hoa kính tặng thầy cô* - Tập truyện ngắn - NXB Đà Nẵng, 1996

Tháng Chạp, trong quán cà phê

Ừ nhỉ, bây giờ là tháng Chạp
Phố xưa người có nhớ về thăm ?
Hay bước chân đi ngày gió bạt
Vườn con hiu hắt, dế kêu thầm

Ta từ thuở đó mùa thay đổi
Gạt buồn, nuốt lệ cũng ra đi
Nửa đêm tỉnh giấc nghe tim hỏi
Chuyện cũ xa rồi, giữ để chi ?

Đời ta áo trắng thư sinh mỏng
Bao nhiêu phố lạ đã thành quen
Nhưng sao dạ vẫn buồn lóng ngóng
Đầu vẫn chưa yên cuộc sống mòn

Đôi lúc ta về qua phố cũ
Nhà xây, đường mới, lạ vô cùng!
Lòng nghe chua xót trong niềm nhớ
Dưới hàng cây chân bước ngập ngừng

Ừ nhỉ, chiều nay, chiều tháng Chạp
Ta ngồi quán nhỏ gọi cà phê
Nhìn phố, nhìn xe, người qua lại
Và ngẫm đời ta như giấc mê?!

Theo

Theo ngày trắng những cánh cò
Thấy mây qua núi hẹn hò rong chơi

Theo sông tím lục bình trôi
Ai về quê cũ nhắn lời nhớ thương

Theo xe lắc nhịp cùng đường
Đường cong, đường thẳng… đoạn trường ai hay?

Theo vòng ly cạn chiều nay
Đau cơn say tỉnh biết ngày hay đêm!

Theo trăng dõi bóng bên thềm
Ta về nhớ thuở lụa mềm áo bay

Theo người về cuối chân mây
Mới hay tóc đẫm sương bay trắng trời

Theo tình gần hết cuộc đời
Giờ ta vẫn nhớ một thời hẹn yêu…

Đời ta
đầy những nỗi niềm

Lòng ta buồn như nắng
Sông cạn đáy nằm trơ
Đàn cừu ốm lông trắng
Lang thang tìm cỏ khô

Lòng ta buồn như phố
Nước ngập tràn sau mưa
Đường kẹt đầy xe cộ
Giờ tan ca, mệt chưa!

Lòng ta buồn như đá
Tạc mãi khuôn mặt đời
Đứng giữa trời mưa gió
Đá xanh rêu khóc cười

Lòng ta buồn như khói
Nhàn nhạt bay trong chiều
Nhà ai hồng bếp mới
Ta ngày dài liêu xiêu

Lòng ta buồn như dế
Đêm vắng kêu mịt mùng
Bóng thời gian đã xế
Một đời ta như không!

Từ giã

Người có bao giờ buồn như tôi không?
Trăm ngàn sợi mưa giăng kín nỗi lòng
Mây bay chiều nay một gam màu xám
Tôi ngồi một mình tượng đá mùa đông

Tôi bây giờ buồn như là con sâu
Rúc vào kẽ lá, co mình thật lâu
Tôi chẳng biết giờ nên làm gì nữa
Mai cành mục rồi tôi đi về đâu?!

Tôi đi như người trong cơn mộng du
Giữa dòng người, xe phóng qua vù vù
Tôi lặng nghe mình dế giun cô độc
Hồn xưa đâu còn phố gọi thiên thu

Tôi bây giờ như thân cây khô thôi
Rễ mục rã rồi nên cây sao tươi!
Dù nắng có lên, dù mưa tưới nước
Lá sắp vàng như mùa thu xa xôi

Cuộc đời của tôi buồn nhiều hơn vui
Có những niềm đau năm tháng ngậm ngùi
Xin phút giây nào không hờn, không giận
Tôi xa người, về nơi tôi rong chơi!

Qua vòng xoay ngã bảy Sài Gòn

Một hôm về qua ngã bảy
Vòng xoay quen thuộc một thời
Bao năm mưa rào, nắng bụi
Ta qua học hành, rong chơi

Xe đò ngược xuôi tấp nập
Người đi, kẻ đến rộn ràng
Bạn bè gọi nhau í ới
Xen lẫn tiếng rao chào hàng

Tối đến mở bao hàng quán
Ly chè năm cũ ngọt ngào
Thơm lừng con khô mực nướng
Cùng xe bắp rang xôn xao

Một hôm về qua ngã bảy
Mới hay đời quá đổi thay
Tóc ta bây giờ đã bạc
Mà mộng xưa còn trắng tay!

Một hôm về qua ngã bảy
Chợt nghe mắt mình cay cay...

(Tranh họa sĩ Tín Đức)

TRĂNG KHUYẾT

Địa chỉ: Thuận An - Bình Dương
DĐ: 0909970099
Email: trangkhuyetbd1960@gmail.com

Bút danh: Trăng Khuyết
Hội viên Hội Văn học Nghệ thuật Bình Dương
Hội viên Thi đàn Việt Nam

Đã xuất bản:
- *Níu thu vào mộng* (thơ)

Xuân về đẹp cả trời thơ

Xuân đã về... mang chi mùa nắng mới
Để bâng khuâng
Để thương nhớ một tình xuân
Đời như say... như chạm mây gió Sở Tần
Tay chợt ấm
Tình chợt nồng khơi giấc mộng.

Chào xuân em... có gì vui thế?
Mà nụ cười tỏa nắng giữa ngàn hoa
Sắc xuân nay... Nay đà bao tuổi?
Mà lung linh quá đỗi ngọc ngà.

"Xin một vé"
Làm kẻ hành khuất chiều hoang tím
Nhặt tàn đông... nhặt bóng xế buổi giao mùa
Mượn nồng nàn vạn kỷ để mua
Mua hết nỗi buồn em... khi mùa xuân đang đến.

"Xin một vé"
Làm người hát rong đứng đợi
Đợi xuân qua
Em hát khúc tình si
Gởi vào thơ một dáng liễu nhu mì
Để nhân gian khát cuồng xuân mộng mị.

Xuân đã về
Ô hay... Hồn lạc nẻo
Giữa địa đàng
Giữa đôi nguyệt thiên thai
Khoác áo xuân... Nhân thế nhẹ gót hài
Về muôn lối
Người say... Tình say mùa xuân nhân thế.

Em đã quên mùa thu

Mùa thu ơi... Qua đời nhau vội vã
Không hẹn hò
Không nhặt lá vàng bay
Một
Hai
Hay ngàn nỗi nhớ lạc loài
Em chôn dưới cội tùng dương đứng lặng.

Em đã quên
Quên mùa thu tóc trắng
Quên trăng gầy chạm ngõ phù du
Vẫn là thu
Vẫn là yêu
Trong thời mạt kiếp mịt mù
Rồi gục chết giữa mùa heo may vàng võ.

Tình bỏ ngỏ
Mấy vàng thu sũng ướt
Tình đi hoang
Mấy nẻo chợt hanh hao.

Mùa thu nào?
Lao xao
Mùa thu nào?
Trên cung bậc tình yêu rời rã
Để người quên
Em quên
Quên mùa thu tóc trắng
Quên thệ nguyền
Ta lỗi hẹn trăm năm…

Em về dắt mộng rong chơi

Em về dắt mộng rong chơi
Lên non sầu muộn tìm người yêu xưa
Lưng trời cúi mặt xin thưa
Tình kia đi biệt cũng vừa thu nay.

Ừ thì...
Một thoáng mây bay
Men sầu em rót gửi ai bây giờ?
Hoàng hôn loang tím đợi chờ
Cỏ miên rụng vỡ trang thơ mộng rồi.

Thôi thì...
Nhặt chút đơn côi
Gửi cơn gió lạc... Gửi phôi phai chiều
Mơ hồ tống biệt tình yêu
Em buông tiếng khóc tịch liêu... lỡ làng.

Em đành dắt mộng đi hoang
Men cay trở giấc ngỡ ngàng về đâu?
Trăm năm đo mấy nỗi sầu
Dài thêm nỗi nhớ cái câu ân tình.

Ô hay...

Ô hay...
      tình chết bao giờ?
Mà sao trời hạ tiêu sơ một chiều
Phượng gầy nhấp giọt cô liêu
Đường mây nhuộm đỏ
      lửa thiêu đốt
            sầu.

Ô hay...
      thu đã về đâu?
Trăng khuya giăng mắc bạc đầu sông Tương
Suy tư nhuộm trắng miên trường
Hồn hoa thạch thảo
      có vương mộng
            tình.

Ô hay...
      ngọn gió đoan trinh
Tương tư mắt biếc bóng hình cố nhân
Một mai qua ải hồng trần
Yêu xưa xin trả
      một lần nợ
            vay.

Tình yêu hạ

Anh có về thăm bến hạ
Để nhặt sầu chôn mộ lá đêm qua
Có viết thơ tế trăng tà
Ru nguyệt ngủ...giấc buồn sa châu lệ.

Có lẽ tình yêu là thế
Dẫu lỡ làng nhưng đâu thể nào quên
Em vớt chiều nẻo lênh đênh
Đợi gió cuốn... Nỗi buồn tênh thức giấc.

Cầm ảo ảnh chiều se sắt
Để nhớ người trong tiếng nấc nghìn thu
Mây tím chi...tít sa mù
Em chạm ngõ... Nửa mùa ru thương nhớ.

Anh có đan mùa vụn vỡ
Vẫy gọi chiều đưa tình lỡ sang ngang
Em mượn xưa khóc lá vàng
Để hạ tiễn biệt lỡ làng đêm nay.

HUỲNH DUY LỘC

Sinh ngày: 15/04/1956
Quê quán: Cần Thơ
Hội viên Hội Nhà Văn TP. Cần Thơ

Tác phẩm đã xuất bản:
- *Bất Chợt Tháng Năm* (thơ, 1991)
- *Bến Đợi* (thơ, 1992)
- *Bọt Đắng* (truyện ngắn, 1993)
- *Khi Em Mười Sáu* (thơ, 1994)
- *Hoa Huỳnh Anh Ngày Đó* (tùy bút, 1995)
- *Mùa Riêng Tôi* (thơ, 1996)
- *Điệu Valse Mùa Luân Lạc* (tập truyện ngắn, 1997)
- *Lục Bát Nhớ Thương* (thơ, 2005)
- *Theo Dấu Thu Phai* (thơ, 2017)

Tháng Chín Malta

Tháng chín chải đầu hong mái tóc vàng kim
da ửng hồng dưới lớp kem trốn nắng
khoe vẻ đẹp nhục cảm gợi tình trên bãi biển
gã nắng dùng dằng chưa chịu trả hoàng hôn
tôi đứng chờ ai rưng mắt đỏ
ảo ảnh lững lờ sương khói chiều lam
chim gõ kiến cuốc thân cây đào lỗ
tìm khu vườn nhuốm bụi thời gian
âm vọng xa ngỡ như nhịp thớt
tay mẹ bằm những miếng nạt dăm
độ cuối thu trời ngả nghiêng trở gió
con mê man sốt cảm thương hàn
tôi chở âm thanh trên chiếc xe tim hoen rỉ lòng
tìm tuổi thơ lời ru trên cánh võng
những con sóng cuộc đời ngoài khơi khuấy động
bụi đời tôi cuốn theo gió trở thành kẻ tha hương
từ hạt bụi ở đồng bằng sông nước
xanh rặng bần chua hoa tím lục bình
băng qua biển mặn tới vùng đông rét buốt
lạc lõng bước chân trên Vạn Lý Trường Thành
tôi bay qua Lâu Đài Bông điệu vũ Thổ Nhĩ Kỳ
tới đảo Malta biển xanh nắng vàng Địa Trung Hải
dăm bóng đồi thông vườn hoa cây trái

phố rực đèn điệu nhạc mê ly
cuộc sống phồn hoa lời nhạc du dương...
những tháng ngày chìm đắm vũng đêm đen
bỗng một hôm chui ra từ giọng ca tiếng nhạc
bởi lời kêu gọi của đôi môi trái tim khô rát
chợt ngộ đời người luôn có nhiều mơ ước...
nhưng ước mơ hiếm hoi thành sự thật
trái tim tôi bị đốt cháy từ quả ớt nóng cô đơn
khát khao ánh mắt em đưa tiễn lúc khởi hành
hạt bụi tôi đứng chờ chuyến bay cánh gió
đăng ký vé khứ hồi quay lại cố hương
có lũy tre bến nước cầu ao em ngồi giặt áo
tiếng cuốc kêu khuya hương mạ thơm đồng
cánh bướm giang hồ ngập ngừng ngoài sân nắng
đợi chờ nàng thu khoe áo lụa cúc vàng
bóng mẹ lom khom gom từng xác lá
đốt gió giao mùa sưởi ấm sang đông
dưới ánh đèn đêm em ngồi đan áo
ủ ấm hạt tình nẩy lộc chồi xuân
tiếng chuông chùa ngân xa vang vọng lại...
tôi bên em đi hái lộc đầu năm

Những ngày giáp

Mở cánh cửa rào thả bước chân trên đường nhỏ thân quen
dọc hai bên phố những cánh cửa nhà khép kín
nhốt sự ồn ào
trong cái lạnh se se yên tịnh
tôi cúi đầu nghe nhịp gõ những bước chân trĩu nặng
bỏ lại sau lưng khắc khoải nỗi buồn
ngoài con đường lớn
những chiếc xe du lịch xe hai bánh nối đuôi nhau chạy hối hả
ông khách đứng chờ bên cạnh miệng luôn phàn nàn về những chiếc đinh tội ác
chốc chốc lật tay nhìn chiếc đồng hồ
cách đó không xa người đàn ông trung niên
tay cầm chiếc bình xịt nhỏ
từ từ phun những giọt sương trắng
phủ đều thấm ướt các thứ trái cây được xếp trên xe

tôi đứng nơi vạch vôi trắng dành cho người đi bộ
đợi chờ...
đợi chờ...
và
đợi chờ...
ghé vào quán gọi ly cà phê đá
người phụ nữ vẫn chiếc áo bà ba tím ngả màu chìa
tay mời mua vé số
cũng giống mọi năm
vé số hôm nay dầy bóng đẹp hơn
Trên nền giấy là những đóa hoa mai vàng rực rỡ
và dòng chữ "mùa xuân mới hạnh phúc".

Mưa Sài Gòn

Đêm Sài Gòn một mình ra phố
núp dưới tán dù tí tách khúc nhạc mưa
mưa da diết mưa ướt dầm quá khứ
mưa tự tình giai điệu đơn côi

mưa Sài Gòn dai dẳng nhớ người ơi
sóng vỗ trống bên chân bì bõm
mà nghe thương da diết nhớ đồng bằng
mưa gợi nhắc những ngày hai ta mới lớn

anh hồn nhiên quần cộc vai trần
em giản dị áo bà ba nâu quần đen vải ú
không xấu hổ thẹn thùng che giấu
trước bao lời dị nghị ánh mắt dò la

mưa niên thiếu anh cùng em
ra đồng tắm mát
bắt ốc chạm tay e thẹn cánh đồng
anh năn nỉ em hoài mãi khóc
lệ dỗi hờn rơi dâng nước mênh mông

mưa bây giờ đâu khác mưa xưa
hạt trắng trong như pha lê rơi vỡ
mưa đàn bầu khảy điệu buồn tuổi tác
lời hát ca dao ru tóc bạc sang mùa.

Hoa mưa rụng xuống bao giờ bay lên

Cây trời đơm những nụ mưa
Nở xòe trắng xóa lả mùa trần gian
Hoa mưa đẫm ướt đồng bằng
Cánh cò mẹ bạt gió ngang phận người

Áo phai bươn chải tả tơi
Nuôi con khôn lớn vắt đời kiệt khô
Nắng bào tóc mẹ bạc phơ
Tiếng rao khàn đục sương mờ còn giăng

Sờn vai quang gánh nhọc nhằn
Cau mày đất khóc dấu hằn gót qua
Chợ gần chân mẹ bước xa
Thân phơi cày phố tâm nhà lắng lo

Thương con quên nỗi đau cò
Mẹ như củi cháy tàn tro trong lò
Từ xưa...
xưa đến...
bây giờ
Hoa mưa rụng xuống
Bao giờ bay lên!

NGUYỄN HẢI THẢO

Sinh năm 1954 tại Sài Gòn
Tốt nghiệp Sư Phạm năm 1974
Từng dạy học ở Xuân Lộc (Đồng Nai) và TP. HCM
Nguyên Chủ nhiệm CLB Thơ NVH Lao Động
TP.HCM (1990 - 1995)
Nguyên thành viên Ban Chủ biên tập san Hương
Thiền
Hội viên Hội Nhà Văn TP.HCM
Email: nguyenhaithao54@gmail.com

Có nhiều thơ, truyện đăng trên các báo, các tạp chí, các tuyển thơ trong và ngoài nước.

Tác phẩm đã xuất bản:
- *Nỗi đau thời gian* (thơ, 1992)
- *Đừng gọi anh bằng chú* (truyện ngắn, 1997)
- *Âm vang của sóng* (thơ, 2006)
- *Thả sầu theo gió bay đi* (thơ, 2018)

Smartphone mùa đông

Chàng lạc giữa đám đông phồn thực
một mình với smartphone cũ kỹ
những gương mặt thân quen lẫn không thân quen
hiện lên
lướt qua... lướt qua...
và dừng lại
những comments sẻ chia chân tình
những comments máy móc rập khuôn
những likes
những trái tim thả
cafe ảo
hoa ảo
bánh ảo
quà ảo
những câu chúc ảo
ngập ngôi nhà face...

Đôi khi chàng thấy vui vui
đôi khi chàng thấy buồn cười
mùa đông cứ thản nhiên ào tới
và chuẩn bị quay gót
tình ảo cứ thản nhiên ào tới
tặng chàng thứ hạnh phúc ảo
ngọt và đắng
buồn - vui trộn lẫn
cuối cùng
chỉ còn lại
chàng
mùa đông
và
smartphone...

Soi

Soi vào ký ức
một chiều đông
kỷ niệm lồng lộng kéo về
phủ phê tâm tưởng
rờn rợn thịt da
em
ẩn - hiện phù du
chập chờn mộng ảo
bóng khói hình sương
ám ảnh

Soi vào hiện thực
trơ trọi tôi
một tách cafe
một góc ngồi định vị
những sớm mai
buồn - vui bất chợt
phù phiếm ước mơ
bay qua những ngọn cây
vượt trùng trùng sông núi
huyễn hoặc
trái tim khập khểnh
à ơi
ru mình...

Chập choạng

Chập chờn nửa tỉnh nửa mê
lặng lờ tôi chìm góc tối
váng vất say men cà phê
nghe mùa thu qua rất vội

Nghe mùa thu qua rất vội
thanh xuân hấp hối tàn chiều
vẫn dài niềm đau chưa dứt
sầu giăng sóng mắt đăm chiêu

Sầu giăng sóng mắt đăm chiêu
câu thơ vàng phai sắc lá
bàn chân gót mỏi liêu xiêu
nửa đêm thấy hồn chợt lạ

Nửa đêm thấy hồn chợt lạ
lênh đênh chấp chới giữa dòng
chập choạng cơn mơ rời rã
trái tim hóa đá vào đông...

Va

Va chạm đêm
chập chờn mộng dữ

Va chạm ngày
mỏi cuộc mưu sinh

Va chạm tôi
buồn treo phủ dụ

Va chạm đời
mòn nhẵn lòng tin...

Khoảng trống

Buổi sáng giữa tuần tôi cưỡi ngựa sắt ghé quán cà
phê như thói quen thường nhật
"chốn lao xao" vẫn ồn ả tiếng nói cười của đám
thanh niên lắm mồm trộn lẫn tiếng nhạc xập xình
từ máy đĩa, tiếng phát thanh viên trên ti vi...
tôi nhét vội earphone hạn chế bớt tạp âm

Mùa phồn thực nhích từng bước chân xâm thực
Sài Gòn những ngày cuối tháng hầm hập nóng...
hầm hập tiệc liên hoan, lễ hội...
tình yêu trốn chạy biệt tăm
tiền bạc lũ lượt ra đi để lại khoảng trống mênh
mông... mênh mông...
cô đơn đâm chồi
trái tim thóp thoi nhịp đập

tôi buồn như kẻ lọt thỏm giữa sa mạc
khô và khát
đợi một cơn mưa...

(Tranh họa sĩ Đặng Can)

BT ÁO TÍM

Tên thật: **Trần Thị Bé Tư**
Nguyên giáo viên Văn
Hiện là hội viên hội VHNT tỉnh Cà Mau
ĐT: 0915994899

Tác phẩm đã xuất bản:
- *Tự Tình* (thơ, 2011)

Tác phẩm in chung:
- *Soi Bóng Cội Nguồn* - Hiên Thư Các, 2019
- *Tuyển tập Khúc Tự Tình* - 2019
- *Tuyển tập Qua Miền Gió Cát* - 2019

Trở mùa

Trời trở mùa sao lòng buồn đến vậy
Giọt mưa nào làm ướt lòng tôi
Kỷ niệm ơi! Thời tuổi trẻ đâu rồi
Tôi ngơ ngác nhìn đời đi qua vội

Một chút hạ theo màu phượng tới
Cánh mỏng buồn già cỗi ước mơ
Tôi ngày xưa... Tôi của bây giờ
Nghe lạ lẫm như chưa hề quen biết

Tôi đi qua tháng ngày nuối tiếc
Biển cuộc đời rách nát cánh buồm xưa
Khoảng trời xanh tơi tả gió mưa
Nghiêng hồn xuống, thương mình tóc trắng

Tôi dừng lại giữa mênh mông tĩnh lặng
Chiếc lá vàng làm xao động trời thu
Tôi tìm tôi trong lãng đãng sương mù
Lạc mất dấu giữa đời thường cơm áo...

Heo may về ngang phố

Heo may về ngang phố
Rụng chiếc lá vàng thu
Hình như là trở bấc
Lành lạnh chút sương mù

Ven đường cây xao xác
Mây trời cứ lang thang
Nắng nghiêng chiều mấy độ
Dấu cũ cũng phai tàn

Tháng mười hanh hao gió
Vết cứa hằn nếp đau
Vầng trăng xưa cũng lạ
Ta bây giờ mất nhau

Mùa đông nào...ký ức
Người bỏ người ra đi
Nỗi buồn xưa thổn thức
Mịt mùng bóng thiên di...

Sương khói chiều

Người đi khuất bóng xa rồi
Còn đây một mảng mây trời quạnh hiu
Phất phơ chiếc lá vàng chiều
Rơi vào ký ức bao điều nhớ quên

Cuối thu sót vệt nắng mềm
Tiễn đưa nghe lắm gập ghềnh bể dâu
Buông tay, bước vội qua cầu
Hoàng hôn nhuộm tím trong màu mắt nhau

Ngậm ngùi khép lại mùa ngâu
Níu làm chi nữa những câu thơ buồn
Sông xưa nước chảy xa nguồn
Chút hồn kỷ niệm giờ sương khói chiều...

Khoảng lặng

Câu thơ buồn...
Như chiếc lá rơi
Oằn mình
Buông tay
Trong chiều thu muộn
Cơn gió nào cuồn cuộn
Thổi qua hồn tôi
Nỗi sầu miên man
Hoàng hôn đã nhuốm vàng
Chân trời là màu tím
Lặng im...

Tôi thẫn thờ
Đếm nhịp thời gian rơi
Dốc đời mệt mỏi, rã rời
Chơi vơi trong chiều hoang vắng
Một khoảng lặng...
Mênh mông...

Ta về

Ta về một thoáng hồn đã nhạt
Chiếc lá vàng thu cũng thôi rơi
Bóng người ngày ấy giờ hư ảo
Mình ta lặng lẽ góc hiên đời

Thắp màu trăng cũ soi kỷ niệm
Đâu nét thời gian trên lối xưa
Mình xa từ độ trời giông bão
Bến lạnh giăng buồn những gió mưa

Người qua chốn nhớ không trở lại
Ta rót vào quên chuyện hẹn hò
Tóc xanh dần úa theo ngày tháng
Chỉ còn đọng lại chút hương thơ

Ta về... theo bước chân rời rã
Cuộc người rồi cũng chỉ sắc không
Dấu xa rêu phủ, tim hoá thạch
Và nghe lịm tắt ngọn lửa lòng...

NGUYỄN SÔNG TRẸM

Tên thật: **Nguyễn Văn Tư**
Sinh năm: 1952
Quê quán: Thới Bình - Cà Mau
Đang sinh sống tại TP. Biên Hòa - Đồng Nai

Trước năm 1975 có thơ đăng trên Tạp chí Khởi Hành, Thời Tập, và một số báo với bút danh Hoài Mặc Thanh.

Viết lại vài năm gần đây. Có thơ trên một số báo, tạp chí, website văn chương… trong và ngoài nước.

Mùa mưa ở đất U Minh

Rừng chập chùng rừng xanh lá xanh
Sông lững lờ sông chảy không nhanh
Đứng bên này nhìn mưa bên sông
Mưa hắt hiu trên đọt cây tràm

Rừng chập chùng rừng nối tiếp rừng
Sông lững lờ sông chảy ra sông
Nắng không về cho tóc em khô
Nắng không về cho má em hồng!

Rừng chập chùng rừng xanh bóng cây
Ôi! mùa mưa nước sông dâng đầy
Ngày đìu hiu mặt trời không lên
Ôi! mặt trời ngủ trong bóng cây

Ôi! mặt trời ngủ trong bóng mây
Mưa U Minh ngày nối tiếp ngày
Ta ở nơi trời đất mịt mù
Ta ở nơi mưa rừng như say…

Mưa Thới Bìnhmưa về Khai Quang
Mưa Chắc Băng mưa trắng Tân Bằng
Mưa trên tàu bông súng lung linh
Mưa trên dòng nước đỏ lênh đênh

Phố lạnh căm, phố lạnh như rừng
Buồn đã đầy như mặt nước sông
Ta ở nơi mưa gió từng ngày
Nên thật tình rất đỗi cô đơn!

Chờ bóng thu xưa

Tôi đang chờ một chút nắng vàng thu
Mưa vẫn còn rơi trong chiều cuối hạ
Đôi chim sẻ ngủ quên trên vòm lá
Sợ thời gian làm ướt hạt vô tình!

Ngọn tóc nào thơm hương bưởi hương chanh
Đã vương vấn chút tình tôi thuở ấy
Nên thu qua còn buồn tôi ở lại
Nghe trong chiều một chút nắng mênh mông…

Mùa thu nào xao xác lá vườn không
Ai rắc hạt gieo lên ngày hiu quạnh
Bao mùa đi cơn mưa đời đã tạnh
Mà trời thu rớt lại nỗi ngậm ngùi

Gió ngang chiều hong sợi tóc nào vui
Tôi lặng lẽ đợi chờ mùa thu tới
Tìm trong nắng bóng thu xa vời vợi
Chút tàn tro đã lạnh tự bao giờ!

Gói lại trời thu cũ gửi vào thơ
Chiều nghiêng nắng nghe vườn xưa khép lá
Và mùa thu có về ngang qua cửa
Để tôi chờ một chiếc bóng thu xưa…

Dấu chân mùa hạ

Đi ngang qua chiều nắng hạ
Lối xưa còn dấu chân người
Mùa đi chưa vàng sắc lá
Tiếng ve ngân khúc bồi hồi

Đi qua một thời áo trắng
Như còn tóc gió ai bay
Thuở tình trong veo màu nắng
Ngại ngần tay nắm bàn tay…

Trôi ngang qua miền ký ức
Chiều nghiêng mái phố già nua
Trang thơ tím thơm màu mực
Đã vùi theo bao nắng mưa!

Ngang qua một chiều mùa hạ
Dấu chân mòn lối đi, về
Dáng xưa nghiêng vành nón lá
Thẹn thùng tà áo vân vê

Đi ngang qua mùa hạ cũ
Thấy người đứng bên bờ vui
Nào hay xa thời yêu dấu
Tôi còn chiếc bóng lẻ loi!...

Tháng Giêng về quê cũ

Tháng Giêng ta lại về quê cũ
Nghe còn hương Tết thoảng đâu đây
Từ khi bước chân đời viễn xứ
Nhớ góc vườn xưa, nhớ cỏ cây

Ta về đã cuối mùa gió bấc
Tháng giêng đang vàng nắng trên đồng
Nhớ xưa - Tết đến, xong mùa gặt
Những cánh diều no gió trên không…

Ngồi xe suốt chặng đường xuyên Á
Lại nhớ dòng sông, những chuyến đò
Từ lâu ta bỗng thành kẻ lạ
Lạ nỗi niềm thương sóng vỗ bờ

Ta về một mình ngồi quán cũ
Thị trấn buồn hiu chiều tháng giêng
Bè bạn - bao nhiêu thằng xa xứ?
Cùng thời lang bạt nhớ từng tên…

Tháng Giêng ta về thăm chốn cũ
Hương khói quyện theo hình mẹ cha
Dòng sông vẫn đôi bờ tình tự
Chảy giữa hồn ta nỗi quê nhà…

Vạt nắng ban chiều

Có khi về chốn cũ
Nghe gió thổi vườn xưa
Mây trắng trời cố xứ
Vẫn gieo mùa nắng mưa

Về nằm nghe lá hát
Xao xác giấc mơ đời
Tuổi thanh xuân trôi mất
Chỉ còn tôi với tôi

Thoảng nghe mùi rơm rạ
Thuở bùn lấm đôi chân
Thấy tôi dường xa lạ
Cuối nẻo đời phù vân

Về nghe con sông chảy
Giữa đôi bờ phù sinh
Ngồi ôm niềm hoang hoải
Soi bóng tôi một mình

Về trong chiều cô quạnh
Nghe tiếng gió không lời
Buồn rơi như vạt nắng
Bên hiên chiều mình tôi...

NGUYỄN THÀNH

Tên thật: **Nguyễn Văn Thành**
Sinh ngày: 25/08/1958
Sống và làm việc tại Sài Gòn
Hiện là Chủ biên Tập san Ra Khơi
Điều hành trang thơ Facebook: Văn học Unescom

Tác phẩm đã xuất bản:
- *Hỗn thôi mưa tạnh* (2015)

In chung nhiều tác phẩm trong nước và hải ngoại.

Tháng tận năm cùng đất nở hoa

Chiếc bóng tàn năm dạ vấn vương
Mười hai tháng tận vẫn vô thường
Dấu nhàu nham nhở tay nào xé
Ta xót đoạn trường mãi nhiễu nhương

Một cõi duyên trần nặng nghiệp căn
Người qua gió thoảng chốn âm thầm
Ngàn đêm mộng mị ngàn thu cách
Lặng lẽ giữa đời những trở trăn

Ru giấc em về lãng đãng quên
Tay thơm phổ độ xóa ưu phiền
Niệm buông chấp ngã hoài vô ngã
Thấy kiếp lai sinh ở chốn thiên…

Em vẫn ngàn năm của đất trời
Ngàn năm biển lặng sóng chơi vơi
À ơi… xóa mộng đêm tiền kiếp
Thấp thoáng nghiêm minh trút rạng ngời

Sao mãi hơn thua phải lạc loài
Giật mình còn mất lối chia hai
Sân si chìm đắm vô hồi thức
Mòn mỏi cung đường nắng nhạt phai

Chẳng mấy canh chày tích tắc qua
Khai tâm vô lượng gió nhu hòa
Đời qua mấy độ bàn tay nắm
Tháng tận năm cùng đất nở hoa…

Đi tìm ký ức

Sài Gòn lạ lẫm mùa đông
Lấm lem ngày nắng phiêu bồng mù sương
Đi tìm ký ức mười phương
Nẻo nào cũng trống hoác vương tơ buồn

Người đem tình cũ vo tròn
Ta ngồi gỡ mãi mỏi mòn tháng năm
Sầu theo vấp mãi thăng trầm
Gặm mòn nỗi nhớ ngấm ngầm đi hoang

Miền đau dằng dặc riêng mang
Vang lời ca thánh đêm tràn hư không
Ngậm ngùi nén tả tơi lòng
Tháng Mười Hai lại nhớ vòng tay xưa

Trời đày muôn nẻo đón đưa
Rong rêu phủ kín chiều mưa phũ phàng
Đường đời lối tắt lối ngang
Riêng ta một cõi nặng mang ngục tù

Thánh đường chuông đổ mộng du
Mấy mươi mùa rét hồn mù mịt đau
Đi tìm ký ức ở đâu?
Chúa trên thánh giá gục đầu lặng thinh…

Hạnh phúc là gì?...

Hạnh phúc là gì?... Giản dị thôi!
Sớm mai thức dậy thấy ông trời
Vươn tay qua cửa lùa mi mắt
Dẫn bước ta bà tiếp cuộc chơi

Hạnh phúc nào hơn... Cũng miếng cơm
Người bao sóng gió lẫn cay hờn
Sơn hào hải vị che đời đắng
Ta vẫn ngọt ngào những bữa ngon

Hạnh phúc là khi trở lại nhà
Sau bao vất vả cuộc phong ba
Nụ cười thương đón vương đầu ngõ
Bỗng thấy tan đi giấc hải hà

Hạnh phúc là luôn trí lực đầy
Ung dung gánh vác thỏa bờ vai
Việc nhà, việc nước cùng thiên hạ
Lưng thẳng bước ngay trải tháng ngày

Hạnh phúc là ta có bạn hiền
Buồn vui dâu bể vẫn an nhiên
Nâng ly tri kỷ xua phiền muộn
Kết chặt tình thâm khắp mọi miền

Hạnh phúc là ta chẳng lợi danh
Tự nhiên hữu xạ chốn an lành
Bon chen chẳng định tài cao thấp
Chỉ thấy khổ trầm những ghét ganh

Hạnh phúc là ta bớt nói đi
Những lời sáo rỗng dạ vô nghì
Lắng nghe để hiểu đời cùng khổ
Chia sẻ tâm tình bớt thị phi

Hạnh phúc là ta chớ với cao
Khi tài không đủ khí ngạo trào
Sân si nổi loạn tâm sầu khổ
Nhìn xuống đất bằng dậy khát khao

Hạnh phúc đời ta đã có em
Dịu dàng ru khúc nguyệt bên thềm
Đêm say tình tỏ loang sông thẳm
Uống ánh trăng vàng mắt dịu êm

Ta đón xuân về khoe sắc hương
Bình yên hoan hỉ khắp cung đường
Tu tâm phổ độ đời vô ngã
Hạnh phúc vuông tròn tỏa tứ phương…

Ngược chiều nhân quả

Ta ngược chiều nhân quả
Đi tìm gốc bình yên
Thấy ngàn nỗi ưu phiền
Phủ rêu từng phiến đá

Ta qua nơi biển cả
Kiếm hạt cát vô thường
Bụi trần vẫn còn vương
Sóng xô bờ bất tận

Muốn cam đành yên phận
Dâu bể cuốn theo dòng
Mưa gió nổi cơn giông
Thuyền nghiêng trong bão tố

Chốn ta bà thống khổ
Ma quỉ phá niết bàn
Đài sen đổ nguy nan
Phật vẫn ngồi nhắm mắt

Ta tìm về với đất
Thấy ánh sáng khải huyền
Soi dắt những hồn điên
Đang ngược chiều nhân quả

Mới biết còn bản ngã
Đời vẫn mãi trầm luân…

Cợt đùa đa đoan

Em như đánh đố cuộc đời
Ngiêng nghiêng cười nụ xuân trời đong đưa
Trăng vàng đan lưới dày thưa
Lẩn trong bụi cỏ cợt đùa đa đoan

Đêm trường con gió đi hoang
Bốn mùa vùng vẫy giữa ngàn sao rơi
Chính chuyên chia hết cho người
Tàn canh rêu phủ bời bời nỗi đau

Nợ còn một chút trả nhau
Đã nghe chăn gối bạc màu nỉ non
Đường xưa quên dấu gót mòn
Ngậm ngùi hai lối chưa tròn thiên di

Phủi tay đưa đón xuân thì
Bên dòng dâu bể cuốn đi muôn chiều
Tà huy bóng đổ liêu xiêu
Hắt hiu vô ảnh dáng kiều ngả nghiêng...

(Tranh họa sĩ Tín Đức)

VƯƠNG HOÀI UYÊN

Tên thật: **Trần Thị Minh**
Sinh tại Quảng Ngãi, hiện thường trú tại TP. Hồ Chí Minh
Tốt nghiệp Đại học Sư Phạm và Đại học Văn khoa
Hội viên Hội Nhà văn Tp HCM
DĐ: 0905.262.570
Email: Hoaiuyensg@gmail.com

Tác phẩm đã xuất bản:
- *Mùa trăng cũ* (thơ)
- *Đèn thức cho ai* (thơ)
- *Ranh giới mong manh* (thơ)
- *Giọt nắng cuối ngày* (truyện ngắn)

Như nỗi ngậm ngùi

Em về
đứng đợi chim kêu
Vườn chao bóng lá
nghe chiều hoang vu.

Trong em
một cõi mây mù
Mai
em nằm xuống
đời ru giấc sầu.

Mịt mờ
cõi chết trên cao
Về trong cát bụi
mòn hao kiếp người.

Lênh đênh
biển mắt môi cười
Anh
như một nỗi ngậm ngùi
trong em.

Rét tháng Ba

Những ngày tháng Ba nắng vàng rực rỡ
Cái nóng nung người nhỏ giọt mồ hôi
Cái rét nàng Bân về lặng lẽ
Cái rét đi lạc đường
Cái rét mồ côi!

Cái rét âm thầm se sắt bờ môi
Những con phố co mình tránh rét
Chim di trú chờ nắng vàng đi hết
Thời gian gõ nhầm cánh cửa mùa đông.

Cái rét hanh vàng mùa hoa cải bên sông
Chợt đến chợt đi
Như người tình phiêu lãng
Như người tình suốt đời lơ đãng
Dẫu tháng ba chưa lỡ hẹn bao giờ.

Cái rét len vào đánh thức cơn mơ
Hồn lắm gió
Chiếu chăn nào đủ ấm!
Con chim nhỏ chở mùa qua cung cấm
Áo dạ nào che được rét nàng Bân!

Ta là ai?

Ta là ai ? Hay chỉ là mảnh thiên thạch lạc loài
Bay lang thang rồi tan thành hạt bụi
Ta là ai mà suốt đời cặm cụi
Gom góp ân tình rồi cũng trắng bàn tay.

Ta có phải là vầng trăng sáng đêm nay?
Suốt đời bay lang thang vòng quanh trái đất
Mà trái đất thì mơ về hướng khác
Suốt đời khát khao về hướng mặt trời.

Có phải cuộc đời này chỉ là một trò chơi?
Mỗi người rượt đuổi nhau trên một vòng quay nghiệt ngã
Trái tim yếu mềm đâu phải là sỏi đá
Nhưng có lúc nỗi đau biến thành băng giá ngàn năm!

Ta là ai mà tìm kiếm kẻ tri âm?
Đó là điều khó nhất mà thế gian nầy trao gửi
Ta là ai mà đi hoài không tới
Một hành trình không có điểm dừng chân!

Sóng hát

Anh có về
Kẻo muộn mất mùa xuân?
Mùa dẫu muộn vẫn chờ hoa kịp nở
Em đếm ngày qua trong từng hơi thở
Mặt trời cháy lòng xuống núi
Mỗi hoàng hôn.

Anh có về kẻo muộn mất chiều hôm
Ngày ngắn quá
Kéo dài thêm chút nắng
Chim mỏi cánh bay qua miền xa vắng
Hốt hoảng quanh mình không một bóng cây.

Em vẫn chờ - dù mỗi sớm mai
Sương nhỏ ngược vào đêm dòng nước mắt
Lá rụng về đâu
Có sum vầy với đất?
Chỉ còn cành khô quờ quạng níu mây trời.

Vẫn biết mình - hạt cát giữa biển khơi
Sao trái tim em vẫn hát lời sóng vỗ!
Con đò muộn chiều qua không còn chỗ
Bỏ lại một người
Trên bến đợi chồn chân.

Bao dung như mùa đông

Mùa thu đi rồi
bỏ lại tất cả nỗi tàn phai
Chắc không gì bao dung như mùa đông
Rải từng lớp tuyết
vùi sâu thẳm lá vàng trên đất
Thắp sáng cành cây
bằng những bông tuyết trắng đầu mùa
Mùa đông miệt mài không kể được, thua.

Em cũng bắt chước mùa đông
Tập bao dung trước những nỗi đau cuộc đời bỏ lại
Biết vùi lấp và chôn vùi mãi mãi
Những tàn tro đời đã phủ lên mình.

Tập bao dung
trước những ân tình
Dẫu là thật
Dẫu là không thật
Ngửa tay nhận những gì được, mất
Như mùa đông bao giờ cũng nhận nỗi tàn phai.

DUNG THỊ VÂN

Bút danh: Lan Chi, Dung Vân, Ngọc Thu, Dung Thị Vân
Sinh ngày 29 tháng 10 năm 1955
Cử nhân Kinh tế (Ngành kế toán kiểm toán)
Hội viên Hội Nhà văn Thành phố Hồ Chí Minh

Tác phẩm đã xuất bản:
- *Như giấc mơ* (thơ, 2007)
- *Nắng đổ về đâu* (thơ, 2007)
- *Miền gió ngược* (thơ, 2010)
- *Tìm em gội giấc mơ vàng* (Lục bát Dung Thị Vân) (thơ, 2012)
- *Tình như sương khói* (thơ, 2014)
- *Miên trầm* (thơ, 2015)
- *Mặc nhiên* (thơ, 2017)

Tặng thưởng:
Giải B về thơ (THƠ - KÝ - NHẠC của Tập đoàn Công nghiệp Cao Su Việt Nam năm 2013)

Giọt chảy chẳng kịp chờ

Nếu như trong máu anh có mầm phản trắc
Em lỡ rồi đã ngào ngạt cháy yêu thương
Nếu như trong máu anh đang dâng lên mầm phản bội
Em cũng lỡ rồi đâu nỗi nhớ hoang đường

Bao nhiêu năm càn khôn lọc lừa phân chia đẳng đẳng
Chẳng biết người đi người ở lạc bến bờ
Chân đã vấp - giờ đôi tay cũng mỏi
Em vịn vào thơ - mà nước mắt chẳng kịp chờ

Nề nếp gia phong là điều gì em tự hỏi
khuôn thước nào so sánh hủy niềm tin
Em về đâu nỗi nhớ chẳng kịp đầy
Dòng máu ấy đã làm em đau lặng

Đêm nay em nói lời tha thiết
Tim ứa giọt bầm lòng nghẹn uất trào dâng
Anh đã bóp tim em nát ngàn trăm mảnh
Xin lỗi điều gì trời đất cũng hoang mang.

Không thể đặt tên

1
Em phải khỏe để còn làm thơ vẫn nhớ anh
Và để học ở anh - một điều quên lãng
Anh đã tặng cho em bao nhiêu tế bào rét mướt
Và một nỗi buồn không thể đặt thành tên

2
Anh đã cho em màu tình yêu như ngàn hoa ngũ sắc
Em ôm vào cuộn chảy máu về tâm
Anh đã cho em tình yêu
Tưởng thế gian này như tất cả

3
Anh gõ trái tim em vào một ngày bình yên gió lặng
Bằng cánh cửa âm thầm rồi ăn cắp chúng mang đi
Dù anh biết rằng em sẽ khóc
Dù anh biết rằng em sẽ rất cô đơn

4
Em khóc mấy bài thơ như vậy chắc đủ rồi
Nhặt từng kỷ niệm - thả dòng vôi
Nhặt câu đau khổ - đan hờ hững
Nhặt bóng anh về - soi mỗi đêm.

Chỉ những cội tàn thu

1
Thu vẫn chưa về trên vai nhỏ
Bởi cả hoàng thu
- anh đã gom hết mang về
Nhỏ đếm hết lá vàng anh đã nhặt
Bằng những dòng thư anh
- ray rứt yêu thương

2
Tay năm ngón
Nhỏ họa tình yêu anh chưa tỏ
Bởi vòng tay anh
còn lỏng quá một huyền thu

3
Nhỏ đã nhốt tình yêu anh
Vào ngăn tim vụng về dĩ vãng
Bởi tình yêu anh
Là những giọt thu hoàng

4
Gió đã cuốn tình anh
- mang đi của nhỏ
Đậu trên nhánh nồng nàn
Nghe chim hót giữa trời thơ

5
Anh nhớ nhỏ - anh yêu nhỏ
Thần tình yêu đã mang hết về đất ái
- minh chứng tình yêu anh
Cho tất cả vạn thiên thần

6
Còn cõi dương gian
Thì tình yêu anh
- cứ loang dần hoang xa biển biệt
nhỏ muốn gói về -thắt nút lại tình anh
Nhưng nhỏ càng đi -thì vệt loang càng chảy
Hóa ra tình - chỉ những cội tàn thu.

Trả lời anh

1
Em biết tình anh nào phải câu bạc thách
Chỉ ngữ vận âm thầm...
Em vẽ hình anh vào con tim lạc mệnh
Lẽ nào em lại dối gian anh

2
Vĩnh biệt tình - chỉ là những thanh âm
Em chẳng biết bài thơ nào - rồi sẽ là bài thơ cuối?
Khi bóng anh mịt mờ
- khuất ngàn sương muối

3
Đêm kênh kiệu
- thân phận người lỡ mệnh
Buộc nỗi lòng
- trong bóng tối vây xiêu

4-
Em đã nhận
- hạt tình yêu anh kết
Và với anh
- em chỉ có một tình yêu nguyên tiếc

5-
Em yêu anh - cả đất trời cũng biết
Em mất anh - cả thế giới cũng buồn theo
Dù bến bờ - có méo tròn xô lệch
Anh vẫn là anh - ánh mắt buổi thiên tình.

Anh trong suối mê

Sớm mơ em nhỏ ngàn dư lệ
Rũ bóng hình anh trong suối mê
Đốt từng dĩ vãng xâu đau khổ
Mà bóng người yêu cứ đổ về

Ngày tháng lỡ rồi khoanh dấu mực
Tìm nhau chưa vẹn đã chia ly
Nước mắt em tan trong ký ức
Vai nào chưa ngả đã vô vi

Giấu anh nỗi nhớ tràn thinh lặng
Ảo ảnh mà sao nghẹn đắm mê
Tìm trong dòng chữ nồng xa vắng
Vai anh chưa tựa đã ê chề

Bốn nẻo âm u mường sương giá
Em tưởng đông về - ơ chưa thu
Sao tim em buốt khi đương hạ
Sao bóng người yêu đã mịt mù.

TRẦN VÕ THÀNH VĂN

Sinh năm 1986 tại Bình Định
Hiện làm việc tại Nhà Xuất Bản Hội Nhà Văn - Chi Nhánh Phía Nam
DĐ: 0919657619
Email: Thanhvanhnv@gmail.com

Tác phẩm đã xuất bản:
- *Quen Và Lạ* (thơ, 2015)

Giải Khuyến khích Cuộc thi sáng tác văn học Báo Văn Nghệ Thái Nguyên 2014-2016

Định hình

Khi linh hồn mùa thu chìm mục
khoét nỗi đau tận phiến cuối cùng.
và ánh sáng bắt đầu xuyên thủng
lấp vàng di chỉ heo may.

khi nồng nhiệt trái tim dần tan vỡ
khoét sâu nhịp nhịp đời buồn
khoét sâu cuồng mê dư chấn
là trong ta kì vọng bắt đầu.

và khoảng rỗng sẽ thay ta khấn nguyện.

những hoang mang chờ đợi
những tuyệt vọng cúi đầu
những hàng cây thác vàng soi ô cửa
là mùa thu hay kì vọng định hình.

Âm bản xanh

Gõ tàn ngôi âm bản
dốc ngày đi như kỉ niệm giật mình
những quả thông kia sẽ rơi về lối tắt
trong ta hợp phối sương mù

nói với bạn
tiếng chim sáng nay đã tắt
đỉnh dốc sương mù bay
đâu đó câu thơ xa mùa giá buốt
một nốt xanh thôi cũng đủ nhắc tên người

giọt cafe cuối
rơi cùng tiếng chim sáng nay
thẩm âm khoảng lặng cần thiết/ khuôn mặt
huyên động cần thiết
và phức cảm của chúng ta

- Ami! rồi em sẽ rất buồn!
những cơn buồn lảnh lót linh hương
ngậm ngùi bay mù trời xứ sở
những cơn buồn sẽ hàm thoại chúng ta
về chuỗi âm bản bào xanh cời gió
và tiếng chim sáng nay đã tắt tự bao giờ.

Khói

Cha bấm cuốc chuyện trò với đất
nhịp hồi sinh sắp ngửa đường cày
phả tình yêu mắc võng con gió bấc
trên bầu trời khói biếc bay bay.

hơi thở đất miệt mài gối vụ
mồ hôi Cha bện sớm may chiều
tháng bảy nhón chân, tháng mười dấy lũ
khói trắng đồng xa, lụa biếc trời gần...

Mẹ nhen lửa đốt mùa đông chái lạnh
mùi củi tre chưng mật khói ngậm ngùi
mùi cơm mới sắc mặt chiều lãng đãng
con thấy mình trên khắp nẻo trời vui.

giọt giọt se sừng sững non khơi
Mẹ thổi gió trước ngàn năm có lửa
Mẹ dụi mắt cay, ngày rùng bậu cửa
trên bầu trời khói biếc bay bay.

Hoa xuyến chi

Buổi sáng nay anh phải lòng gió lạnh
mái phên gầy se sắt tiếng thu đi
mưa đêm cũ trôi tháng ngày hiu quạnh
anh neo mình trong nước mắt xuyến chi.

buổi sáng nay những buồn vui chít trắng
kỉ niệm về hay cánh gió tha hương
em lưu lạc giữa mùa thu hoang vắng
triền thôn xa hay mê hoặc phố phường.

anh im lặng đếm mình trong đổ vỡ
cầu tự mưa cho buổi sáng riêng về
hoa xuyến chi đâu cần thu mới nở
mắt em đầy xin dối ướt ban sơ.

trả cho anh phên buồn, mưa đêm cũ
gió phải lòng và buổi sáng tìm trôi
đồng thu trắng xin em về cư trú
nở riêng mình năm tháng ấy tinh khôi.

MỤC LỤC

- Lời giới thiệu - Diệu Vương   5
- **BÙI DŨNG**   17
  - Hơi thu   18
  - Con đường xưa   19
  - Hương xuân   20
  - Mùa đi   22
  - Mời em   24
- **HUỲNH CHÂU ĐỖ**   25
  - Nhớ thương cũ kỹ   26
  - Tháng Giêng qua ngõ tình xưa   27
  - Tầm cảm   28
  - Người đàn bà đi về phía biển   30
  - Vẫn xin làm con của má   32
- **NGUYỄN QUỐC HƯNG**   33
  - Tháng Chạp, trong quán cà phê   34
  - Theo   36
  - Đời ta đầy những nỗi niềm   37
  - Từ giã   38
  - Qua vòng xoay ngã bảy Sài Gòn   40
- **TRĂNG KHUYẾT**   43
  - Xuân về đẹp cả trời thơ   44
  - Em đã quên mùa thu   46
  - Em về dắt mộng rong chơi   48
  - Ô hay   49
  - Tình yêu hạ   50
- **HUỲNH DUY LỘC**   51
  - Tháng Chín Malta   52
  - Những ngày giáp   54
  - Mưa Sài Gòn   56
  - Hoa mưa rụng xuống bao giờ bay lên   58
- **NGUYỄN HẢI THẢO**   59
  - Smart phone mùa đông   60
  - Soi   62
  - Chập choạng   63

- Va	64
- Khoảng trống	65

- **BT ÁO TÍM** — 69
  - Trở mùa — 70
  - Heo may về ngang phố — 71
  - Sương khói chiều — 72
  - Khoảng lặng — 73
  - Ta về — 74

- **NGUYỄN SÔNG TRẸM** — 75
  - Mùa mưa ở đất U Minh — 76
  - Chờ bóng thu xưa — 78
  - Dấu chân mùa hạ — 80
  - Tháng Giêng về quê cũ — 82
  - Vạt nắng ban chiều — 84

- **NGUYỄN THÀNH** — 85
  - Tháng tận năm cùng đất nở hoa — 86
  - Đi tìm ký ức — 88
  - Hạnh phúc là gì — 90
  - Ngược chiều nhân quả — 92
  - Cợt đùa da đoan — 94

- **VƯƠNG HOÀI UYÊN** — 97
  - Như nỗi ngậm ngùi — 98
  - Rét tháng Ba — 99
  - Ta là ai — 100
  - Sóng hát — 101
  - Bao dung như mùa đông — 102

- **DUNG THỊ VÂN** — 103
  - Giọt chảy chẳng kịp chờ — 104
  - Không thể đặt tên — 105
  - Chỉ những cội tàn thu — 106
  - Trả lời anh — 108
  - Anh trong suối mê — 110

- **TRẦN VÕ THÀNH VĂN** — 111
  - Định hình — 112
  - Âm bản xanh — 113
  - Khói — 114
  - Hoa xuyến chi — 115

Liên lạc Tác giả
Nguyễn Văn Thành
nguyenthanh58.rk@gmail.com

Liên lạc Nhà xuất bản
Nhân Ảnh
han.le3359@gmail.com
(408) 722-5626

www.ingramcontent.com/pod-product-compliance
Lightning Source LLC
Chambersburg PA
CBHW060403080526
44583CB00012B/454